નિષ્ફળતા

મિહિર જાગૃતિ વોરા

આ પુસ્તક હું મારા માતા પિતા , મોટા ભાઈ ભાભી અને નાની પ્રિય ભત્રીજી ને
અર્પણ કરું છું .

સામગ્રી

પ્રસ્તાવના

આ પુસ્તક માં મારા આજકાલ દૈનિક માં આવેલા મારી કોલમ એક નઝર ના લેખ છે .૨૦૦૫ થી ૨૦૧૮ સુધી મારા લેખ આ કોલમ માં આવ્યા હતા.

સ્વીકૃતિઓ

આ પુસ્તક માં મારા આજકાલ દૈનિક માં આવેલા મારી કોલમ એક નજર ના લેખ છે આ માટે હું આજકાલ દૈનિક ના મેનેજમેન્ટ , તંત્રી , ટ્રસ્ટી અને તમામ પત્રકાર અને સ્ટાફ નો આભાર માનું છું .૨૦૦૫ થી ૨૦૧૮ સુધી મારા લેખ આ કોલમ માં આવ્યા હતા.

આ પુસ્તક માટે મેં વિવિધ લેખ આધારિત માહિતી વિકિપીડિયા ,લેખ ને લાગતા આવેલા વિવિધ અખબારી અહેવાલ અને જે તે લેખક ના લેખ ના સંદર્ભો નો સહારો લીધો છે તે સૌ નો હું આભાર માનું છું .

અનુક્રમણિકા

1
નિષ્ફળતા પર નિબંધ

મિત્રો આ નિબંધ માં વિવિધ લેખકો ના લેખ ,બ્લોગ , વેબસાઈટ , વિકિપીડિયા ગુજ વિશ્વકોશ અને વિવિધ અખબારી અહેવાલો ને આધારે લખ્યો છે એટલે આપુસ્તક માં વિવિધ લેખકોના વિચારો શબ્દ રુપી રજુ કર્યા છે જેની માત્ર માહિતી આપી છે જેની નોંધ લેવા વિનંતી છે .

નિષ્ફળતા જીવલેણ નથી, તે સફળતાનો પગથિયું છે, જો તમે 11Iake ને તમારા માટે કામ કરવા માટે 'નિષ્ફળતા' કહો છો." "નિષ્ફળતાઓ આપણા શ્રેષ્ઠ શિક્ષકો છે, તે અરીસો છે જે આપણને આપણો વાસ્તવિક ચહેરો બતાવે છે. "

દરેક સફળ માણસ અમુક સમયે નિષ્ફળ જાય છે. નિષ્ફળતા-તમારી નબળાઈઓ, ખામીઓ, તૈયારીઓનો અભાવ, પ્રયત્નોની અછત વિશે જણાવે છે તેથી જો તમે નિષ્ફળતાઓમાંથી શીખવાનું મેનેજ કરી શકો, તો તમે જ્યાં જવાનું શરૂ કર્યું હતું ત્યાં તમે ચોક્કસપણે પહોંચી જશો. ભૂલ કરવી એ ગુનો નથી, તેમાંથી શીખવાની ક્ષમતા કાયમી સફળતામાં ફાળો આપે છે.

નિષ્ફળતામાંથી શીખવા માટેનો પાઠ કાઢો અને બમણા જોમ સાથે ફરી પ્રયાસ કરો. નિષ્ફળતાનો સામનો કરવાથી એક મજબૂત, વધુ સમજદાર અને વધુ નિશ્ચય બને છે, તેમને શ્રેષ્ઠ પ્રયાસો કરવા માટે પ્રોત્સાહિત કરે છે. અંદરથી સિવાય સત્યમાં કોઈ નિષ્ફળતા નથી; જ્યાં સુધી આપણે ત્યાં માર મારવામાં ન આવે ત્યાં સુધી, પહેરો આપણે સફળ થવા માટે બંધાયેલા છીએ.

'નિષ્ફળતા' એટલે તૈયારીનો અભાવ, સ્પર્ધાત્મકતાનો અભાવ, વસ્તુઓનું યોગ્ય પૃથ્થકરણ કરવાનો અભાવ. નિષ્ફળતાઓ માત્ર એટલું જ કહેતી નથી કે આપણે આપણી જાતને સફળતાના સ્તર સુધી તૈયાર કરી શક્યા નથી અને આપણી ખામીઓ ઉજાગર કરી શક્યા નથી, પણ વધુ તૈયારીઓ સાથે, વધુ મહેનત સાથે અને વધુ મહેનત સાથે ફરી પ્રયાસ કરવા માટે પ્રોત્સાહન પણ

આપે છે.

નિષ્ફળતાઓ સફળતાના પગથિયાં છે. દરેક સફળ માણસ તેમના જીવનમાં એક વાર નહિ પણ ઘણી વખત નિષ્ફળ ગયો છે, પરંતુ તેઓએ વાસ્તવિક પરિપ્રેક્ષ્યમાં વસ્તુઓનું વિશ્લેષણ કર્યું અને વધુ જોશ અને ઉત્સાહ સાથે ફરી પ્રયાસ કર્યો અને સફળતા મળી. નિષ્ફળતાને નિરાશા, નિરાશા કે નિરાશા પેદા કરવાની મંજૂરી આપવી જોઈએ નહીં, તેના બદલે નિષ્ફળતાને વરદાન તરીકે લેવી જોઈએ જે તમને ઉગ્ર મનોબળ અને અદમ્ય ઉત્સાહ સાથે લડવાની શક્તિ આપે છે.

જે પ્રયાસ કરવાની હિંમત ન કરે તેના કરતા પ્રયત્ન કરનાર હંમેશા શ્રેષ્ઠ હોય છે, જે વ્યક્તિ પ્રયત્ન કરવાની હિંમત કરે છે તેને જ સફળતાની તક મળી શકે છે. ધન્ય છે તે, જેઓ એકવાર નિષ્ફળ ગયા, એ કહેવત અનુસરવા યોગ્ય છે. તેનો અર્થ એ છે કે નિષ્ફળતાઓ આપણને આપણી ખામીઓનું મૂલ્યાંકન કરવા સક્ષમ બનાવે છે અને ઉચ્ચ આદર્શો, ઉચ્ચ ફળિયા સુધી પહોંચવા માટે આપણને શુદ્ધ કરે છે.

અબ્રાહમ લિંકન તેમના જીવનમાં ઘણી વખત નિષ્ફળ ગયા, પરંતુ ક્યારેય હતાશ થયા નહીં અને વધુ નિશ્ચય સાથે, સંપૂર્ણ નિષ્ઠા સાથે લડ્યા અને અમેરિકાના રાષ્ટ્રપતિ બન્યા.

મહાત્મા ગાંધી, જવાહરલાલ નેહરુ, વલ્લભભાઈ પટેલ સહિતના ભારતીય સ્વાતંત્ર્ય સેનાનીઓએ એક વાર નહિ પણ ઘણી વખત નિષ્ફળતાનો ચહેરો જોયો, પરંતુ ક્યારેય ડર્યા કે ડર્યા નહિ કે તેઓ બધાએ સ્વતંત્રતા પ્રાપ્ત કરવાના પવિત્ર ધ્યેયને હાંસલ કરવા માટે લડત ચલાવી હતી અને પરિણામે તેઓ હાંસલ થયા હતા. તે

કંઈપણ જે ખૂબ સરળતાથી આવે છે તે સંતોષકારક છે? જ્યારે તમે સફળ થવા માંગતા હો, ત્યારે તેની કિંમત ચૂકવવા માટે તૈયાર રહો, જેમાં નિષ્ફળતાઓ અને આંચકોનો સમાવેશ થાય છે અને લક્ષ્ય પ્રાપ્ત થાય ત્યાં સુધી તમારા પ્રયત્નો સાથે સતત રહો.

નિષ્ફળતાના કારણો જો સામૂહિક રીતે જોવામાં આવે તો આશ્ચર્યજનક લાગે છે પરંતુ વ્યક્તિગત રીતે જોવામાં આવે છે, તે હવે ભયંકર રહેશે નહીં. નિષ્ફળતાથી તમે કાં તો પરાજિત થઈ શકો છો અથવા નિરાશ થઈ શકો છો અથવા તમે તેમાંથી શીખી શકો છો અને નિષ્ફળતાના કારણોનું વિશ્લેષણ કરી શકો છો, તેને દૂર કરી શકો છો અને તમારી બધી શક્તિ અને શક્તિ સાથે ફરીથી પ્રયાસ કરો, ખાતરી છે30 તમને સફળતા મળશે.

માત્ર નિષ્ક્રિય વાતો, દિવસનું સ્વપ્ન જોવું અથવા લક્ષ્ય વિનાનું વહેણ તમને ધ્યેય તરફ લઈ જશે નહીં, પરંતુ ફક્ત તમારું ધ્યાન હટાવશે અને તમારી શક્તિ અને શક્તિને વિખેરી નાખશે. મુશ્કેલીઓ, અવરોધો, નિષ્ફળતાઓ એ સફળતાના માર્ગની વિવિધ ક્ષણો છે. તેઓ ટાળવા માટે નથી પરંતુ બહાદુરી, હિંમત અને બેવડા જોમ સાથે તેમનો સામનો કરવા માટે છે.

ઘણી વખત ગડબડ અને નીચે પડવાની પ્રક્રિયામાં સતત અને નિષ્ઠાવાન પ્રયત્નો કર્યા વિના, બાળક ભાગ્યે જ ચાલવાનું શીખી શકે છે. તેની નિષ્ફળતા તેને ફરીથી ઊભા રહેવાનું ક્યારેય રોકતી નથી. બાળકના સંકલ્પમાં દૃઢતા એ છે કે ગમે તેટલી પીડા કે પડી જવાનો ડર હોય તો પણ ઊભા રહેવા અને ચાલવા માટે ગમે તેટલા પ્રયત્નો કરવામાં આવે છે.

નિષ્ફળતાઓ એ સફળતાનો વાસ્તવિક માર્ગ-સૂચક છે. નિષ્ફળતાઓ આપણને આપણી ભૂલો સુધારવા માટે સંકેત આપે છે અને આપણને જણાવે છે કે આપણા પ્રયત્નોને યોગ્ય દિશામાં કેવી રીતે જોડવા જેથી કરીને એક દિવસ સકારાત્મક રીતે આપણને સફળતા મળે.

આપણો સૌથી મોટો મહિમા ક્યારેય ન પડવામાં નથી, પરંતુ જ્યારે પણ આપણે પડીએ છીએ ત્યારે ઉદયમાં છે. નાનું મન નિષ્ફળતાઓ, કમનસીબીઓ દ્વારા કાબૂમાં આવે છે અને વશ થાય છે,

પરંતુ મહાન મન તેનાથી ઉપર વધે છે. આપણે દરેક પ્રતિકૂળ સંજોગોનો તેના માસ્ટર તરીકે સામનો કરવો જોઈએ અને તેને આપણામાં નિપુણ ન થવા દો. ઘણા પુરુષો શરૂઆતમાં તેમની નિષ્ફળતા માટે તેમના જીવનની ભવ્યતાને આભારી છે. તેથી નિષ્ફળતાઓ સફળતાના આધારસ્તંભ છે, સફળતાના પગથિયાં છે.

સફળતા અને નિષ્ફળતા મનુષ્યનું જીવન, તે પછી સામાન્ય માણસનું હોય કે સુપરમેનનું, તે હમેંશા સફળતા અને નિષ્ફળતાના પ્રસંગોથી ભરેલું હોય છે. જોકે, આપણી બુધ્ધિ આપણને નિરંતર એવું બતાવે છે કે, સફળતા મળે તે સારું અને નિષ્ફળતા મળે તે ખરાબ. કારણકે આપણે માનીએ છીએ કે, સફળતા અને નિષ્ફળતા એ આવડતનો માપદંડ છે. તે આપણી ક્ષમતાઓને ખીલવવામાં મદદ કરે છે જ્યાં સુધી તે સંપૂર્ણપણે ખીલી ના જાય.

પરંતુ, હકીકતમાં બને છે શું? નિષ્ફળતાની પરિસ્થિતિમાં, આપણે તે અનુભવમાંથી શીખવાને બદલે હતાશ થઈ જઈએ છીએ. એવી જ રીતે, સફળતાની પરિસ્થિતિમાં, આપણે એટલા એલીવેટ થઈ જઈએ છીએ કે જાણે આપણે મહાન બની ગયા હોઈએ. આ બંને પરિસ્થિતિમાં, આપણે ભારે અસરમાં આવી જઈએ છીએ જેનાથી આપણે પોતે જ આપણી પ્રગતિને રૂંધી નાંખીએ

છીએ.

સફળતા પછી : "હા, આખરે મેં કરી બતાવ્યું.", " હવે કોઈ મને જીતી નહી શકે!", "આ બધું મેં એક્લાએ જ કર્યુ છે","હું સંપૂર્ણ થઈ ગયો છું!","આ બધું ફક્ત મારા લીધે જ શક્ય બન્યું છે."

નિષ્ફળતા પછી : "અરે! હું તેને કાપી ના શક્યો!", "હું જાણતો જ હતો કે હું તે પૂરું નહી કરી શકું, મારા જન્માક્ષરમાં લખ્યું હતું.", "હવે, મારું શું થશે?". "મારા બધા પ્રયત્નો નકામા ગયા", "ભગવાન ને લીધે આ બધુ થયું છે.", "મારી નિષ્ફળતાનું કારણ તમે જ છો."

બંને પરિસ્થિતિમાં, આપણે પછીના વાક્યો પર ધ્યાન આપીએ. જો આપણે સફળ થયા તો, આપણે આપણી જાતને બધી ક્રેડીટ આપીએ છીએ. જો આપણે નિષ્ફળ થયા તો, આપણે ભગવાન પર, બીજા લોકો પર કે આપણા નસીબ પર પણ આરોપ મૂકીએ છીએ. આ રીએક્શન કેટલા વિરોધાભાસી છે!

આનું કારણ એ છે કે જ્યારે આપણે કર્તાને ઓળખવાનો હોય ત્યારે પક્ષપાતી બની જઈએ છીએ, ખરેખર ગુનેગાર કોણ છે એની તપાસ પણ કરતા નથી. આવું કરીને, આપણે માત્ર ભગવાન અને બીજા લોકો સાથેના આપણા સંબંધોને જ બગાડીએ છીએ એટલું જ નહી.

પરંતુ આપણે આપણી પોતાની પ્રગતિને પણ રુંધીએ છીએ કારણકે આપણે એવું વિચારીએ છીએ કે, ગુનેગાર વ્યક્તિઓ ગેરહાજર હશે તો જ આપણને સફળતા મળશે. વાસ્તવમાં, શું તે વ્યક્તિઓ કે વસ્તુઓ આપણી સફળતા કે નિષ્ફળતાનું કારણ છે? ના ! કારણકે એમાંનું એક પણ હાજર ના હોય તો પણ, સફળતા કે નિષ્ફળતા તમારી સામે આવે જ છે, બરાબર ને?

આપણી સામે જે કંઈ પણ સફળતા કે નિષ્ફળતા આવે છે, એ આપણા જ પૂર્વકર્મનું ફળ છે. જો સારા કર્મી હોય તો કોઈ પણ કાર્ય કરવામાં ઓછા પ્રયત્નોમાં જ સફળતા મળે અને ખરાબ કર્મી હોય તો તમે તમારું શ્રેષ્ઠ યોગદાન આપો તો પણ નિષ્ફળતા અપાવે. તો પછી, આપણે શા માટે નિષ્ફળતાનો આરોપ ભગવાન પર લગાવવો જોઈએ, કારણકે ભગવાનને આની સાથે કંઈ લેવા દેવા જ નથી.

સફળતા કે નિષ્ફળતા બંને કાયમ માટે ટકતી નથી. તો પછી આપણે નિષ્ફળતામાં શા માટે નિરાશ થવું જોઈએ, કારણ કે તે વિનાશી છે.

જો કે સફળતા કે નિષ્ફળતા થોડા સમય માટે જ ટકે છે, બંને જતા પહેલા આપણને કંઈક શીખવાડીને જાય છે. જેમ સફળતા આપણને શીખવે છે કે, ભારે મહેનત અને પોઝીટીવ દ્રષ્ટિકોણના ફળ મીઠા હોય છે તેમ નિષ્ફળતા શીખવે છે કે, તેના કડવા ફળમાં એવી શક્તિ છે.

કે જે આપણી બધી નબળાઈઓ અને નેગેટીવિટીને અનુક્રમે શક્તિઓ અને પોઝીટીવિટીમાં પરિવર્તિત કરી શકે છે. નિષ્ફળતા એ એક કુદરતી પ્રેરણા છે જે આપણને સફળતા તરફ ધકેલે છે, જો તેને બધી તકોના અંત તરીકે નહી પણ કંઇક નવું શીખવાની તક તરીકે લેવામાં આવે તો. સાથે સાથે એ પણ ધ્યાનમાં રાખવાનું છે કે વારંવાર સફળતાના મીઠા ફળ ચાખવા મળે તો આપણે ઘેલછા કે અભિમાનમાં ના ફસાઈ જઈએ.

ટૂંકમાં, જ્યારે પણ આપણે સફળતા કે નિષ્ફળતાનો સામનો કરીએ ત્યારે ,આપણે ઉપર દર્શાવેલ અભિગમને સતત ધ્યાનમાં રાખવાની જરુર છે. તેના માટે આપણે એ સ્વીકારવું પડશે કે સફળતા અને નિષ્ફળતા જીવનની વિનાશી અવસ્થાઓ છે, કારણકે તે જેમ આવે છે તેમ જાય પણ છે.

તો પછી જીવનમાં કાયમનું કોણ છે? એ છે, તમારો પોતાનો, આત્મા, એ કાયમી છે અને એનો અનુભવ કરવાથી તે સફળતા અને નિષ્ફળતાના સમયે તમને પોઝીટીવ સંતુલિત વલણ રાખવામાં મદદરૂપ થશે. આ અભિગમથી સફળતામાં તમે છકી નહી જાઓ અને નિષ્ફળતામાં હતાશ નહી થઈ જાઓ.

નિષ્ફળતાથી ડર લાગે છે? | નિષ્ફળતા માંથી જે અનુભવ મળે છે તે દુનિયાની કોઇ યુનિવર્સિટી તમને ભણાવી શકશે નહી. અને હા યાદ રાખો જીવન માત્ર સફળતા અને નિષ્ફળતા આ બે જ શબ્દનું બનેલું નથી, સેંકડો શબ્દ છે જે તમને આના કરતા પણ વધારે સુખી રાખશે...માટે આ લેખમાં નિષ્ફળતાની કેટલીક એવી વાતો જે વાંચશો તો તમને લગભગ નિષ્ફળતાથી ડર નહી લાગે...આ જીવનનો એક ભાગ છે.

જો હારવાનો ડર લાગતો હોય તો જીતવાની ઇચ્છા ન રાખવી જોઇએ । આપણે જેવું વિચારીએ છીએ એવુ જ થાય છે. આ વાક્ય તમે અનેક મોટિવેશનલ સ્પીકરના મુખેથી સાંભળ્યું હશે. આ વાત વિજ્ઞાનીક સંદર્ભે સાબિત થઈ છે. એક સિક્રેટ્સ નામની ડોક્યુમેન્ટ્રી પણ છે. જોઇ લેજો. માટે કોઇ પણ શરુઆત કરો નિષ્ફળતાના ભય સાથે ન કરો, પોઝિટિવ રહો. ભારતીય ટીમનો કેપ્ટન જો આઉટ થવાના ભય સાથે મેદાને ઉતરે તો એ એક પણ પરફેક્ટ શોટ મારી જ નહી શકે કેમ કે તેના મનમાં આઉટ થવાનો ભય રહે છે. એટલે જ મોટાભાગના કોચ કહેતા હોય છે કે ખુલીને રમો. આ સત્ય છે. માટે કોઇ પણ ફિલ્ડ હોય ડરને બાજુ પર મૂકી માત્ર પોઝિટિવ વિચાર સાથે અને જીતવા મેદાને ઉતરો...

જો તમારે ખૂબ સુંદર જવાબ જોઇતો હોય તો ખૂબ ખૂબ સુંદર રીતે પ્રશ્ન પૂછો| આ તો બહું સ્પષ્ટ વાત છે તમે જેવો વ્યવહાર કરશો તેવો વ્યવહાર જ સામેવાળો કરશે. એટલે તમારી વાણી ઉપર છે કે તમારે કેવો જવાબ જોઇએ છે. તોછડો

જવાબ ન જોયતો હોય તો પ્રેમથી પુછો, પ્રેમથી જ સાચો અને ગમે એવો જવાબ મળી શકે છે...

યાદ રાખો તમે એવા જ દેખાવ છો જેવું તમે વિચારો છો । ક્યાંકને ક્યાંક આપણા જે વોચારો હોય છે તે આપણા કાર્યમાં દેખાતા હોય છે. એવી જ રીતે ચહેરો પણ બોલે છે.

ઘણીવાર તમારી આંખો બધુ કહી દે છે. બોડી લેગ્વેજની વાત તમે સાંભળી હશે. બસ આ બોડી લેગ્વેજના માસ્ટરો તમારા દેખાવ અને હાવભાવથી જ તમને પરખવાની કોશિશ કરે છે. એ મોટે ભાગે સાચા એટલા માટે પડે છે કારણ કે તમે જ તમારા હાવ-ભાવથી તેને કહી દો છો. આપણા વિચાર આપણી બોડી લેગ્વેજ થકી પણ બહાર આવતા હોય છે.

દરેક સફળતાની પાછળ અનેકવાર કરેલા નિષ્ફળ પ્રયત્નો કારણરૂપ હોય છે । એવું કહેવાય છે કે જે માણસ નિષ્ફળ ઘણીવાર ગયો હોય તેની સલાહ માનવી જોઇએ કેમ કે તેણે તે માર્ગ પર ચાલવાનો અનુભવ મેળવ્યો છે.

મોટિવેશનલ સ્પીકરો પણ વારંવાર પ્રયત્નો કરતા રહેવાનું એટલા માટે જ કહે છે. ભૂલ એકવાર થાય વારંવાર ન થાય. અને થયેલી ભૂલમાંથી શીખવા જ મળે. માટે યાદ રાખો તમે ખૂબવાર નિષ્ફળ ગયા પછી જે સફળતા મળે છે તે લાંબો સમય સુધી તમારી સાથે રહે છે કેમ કે તેમે નિષ્ફળતાને પચાવીને પણ તમે તમારો રસ્તો જાતે બનાવ્યો છે.

આ રસ્તાની તમને બધી જ સમજણ છે. માટે સફળતા કરતા નિષ્ફળતામાંથી તમે ઘણું બધું શીખી શકો છો, માટે નિષ્ફતાની હારો નહી નિષ્ફળતાથી તમારું ઘડતર થાય છે.

નિષ્ફળતાની ચિંતા ન કરો, નિષ્ફળતા કેમ મળી તેના પર વિચારો, શું ન કર્યુ જેનાથી નિષ્ફળતા મળી...ઘણીવાર આપણે નિષ્ફળતાથી હારી જઈ પ્રયત્ન કરવાનું જ બંધ કરી દઈએ છીએ. પણ એવું કરવાનું નથી.

આપણે તો મળેલી નિષ્ફળતાનો અનુભવરૂપી ફાયદો લેવાનો છે અને આગળ વધવાનું છે. નિષ્ફળ ગયા પછી વિચારો કે આવું કેમ થયું? ક્યા કચાશ રહી ગઈ. બસ એ મુદ્દાને પકડો અને બીજા પ્રયત્નમાં એ ભૂલ ન થાય તેનુમ ધ્યાન રાખો.

નિષ્ફળ જાવ તો પોતાની જાતને એક પ્રશ્ન પૂછો કે મે કઈ કઈ જગ્યાએ આળસ કરી છે, શું કરવા જેવું હતું પણ મે કર્યુ નથી । નિષ્ફળતા પાછળ મોટે ભાગે આળસ જવાબદાર હોય છે.

બાકી આ દુનિયામાં એક્વાત નક્કી છે કે માનવ ધારે એ કરી જ શકે છે. માટે જો નિષ્ફળ ગયા હોવ તો પોતાની જાતને પૂછો કે મેં આળસ કરી હતી. સમજાય

જશે.

જીવનમાં કશું સરળતાથી નથી મળતું, નિષ્ફળતા માટે પણ નક્કી તમે ખૂબ મહેનત કરી હશે, એ મહેનતમાંથી શીખો. એકવાત સમજી લો સફળતા માટે અથાક પરિશ્રમનો સિવાય બીજો કોઇ વિકલ્પ નથી. મહેનત વગર અહીં કશું જ મળતું નથી. હા મહેનત સાચી દિશામાં કરવાની છે.

સફળતા કે નિષ્ફળતા તમારા હાથમાં હોતી નથી માત્ર અને માત્ર અથક મહેનત અને અણથક પ્રયત્ન જ તમારા હાથમાં હોય છે. દરેક સફળતા પાછળ થોડું નસીબ પણ હોય છે પણ એ આપણા હાથમાં નથી આપણા હાથમાં માત્ર મહેનત છે તો આપણે એના પર જ ધ્યાન આપવાનું રહે છે. એક સુવિચાર છે કે માણસ પોતાના અણથક પ્રયત્નોથી અને મહેનથી ધારે તે પોતાનું નસીબ બદલી શકે છે.

જીવનમાં ગમે તેટલું અંધારું કેમ ન હોય, પોતાની બાજુ અજવાળું કરો અને તેમાથી સફળ થવાની સંભાવનાઓ તપાસો, નક્કી અંધારું અજવાળું લાગશે.

આ ગ્લાસ અડધો ખાલી છે કે ભરેલો તેના જેવી વાત છે. પોઝિટિવ વાત સાથે આગળ વધશો તો સફળ થવાના ચાન્સ વધારે છે બાકી નેગિટિવ વિચાર સાથે જીવશો તો તમે કોઇ કામ જ શરુ નહી કરી શકો. માટે જીવનમાં તમારી પાસે જે છે તેને ચકાસો અને તેને જ અજવાળું ગણી આગળ વધો. જીત તમારી જ થશે.

યાદ રાખો જીવન માત્ર સફળતા અને નિષ્ફળ આ બે જ શબ્દનું બનેલું નથી, સેંકડો શબ્દ છે જે તમને આના કરતા પણ વધારે સુખી રાખશે...સાચુ કે નહી. માર્કેટિંગની આ દુનિયાએ આ બે શબ્દોને જ મહત્વ આપ્યું છે માટે તેનું મહત્વ આપણા માટે વધી ગયું છે. તમારી જે માતૃભાષા હોય તેનો શબ્દકોશ લઈને જોઇ લો અનેક શબ્દો છે જે તમારા જીવનને બદલી નાંખશે.

જ્યારે તમે અગવડમાં હો, અભાવમાં જીવતા હોવ ત્યારે યાદ રાખો કે એ જ સમય તમારા માટે કઈંક કરી બતાવવાનો છે, યાદ રાખો અગવડતા જ વ્યક્તિને કંઇક કરી બતાવવાની ધગશ આપે છે. અગવડાજ વ્યક્તિનું સાચુ ઘડતર કરે છે. બાકી જો બધી જ સગવડ હોય તો માનવ સ્વભાવ મુજબ એ પછી આળસુ જ બને છે. માટે વિચારો અને આગળ વધો.

સફળતા અને નિષ્ફળતા પણ સ્વર્ગ અને નર્કની જેમ બે કલ્પના છે. વાસ્તવમાં એ આપણી માનસિક અવસ્થા છે. સફળતા આમ જુઓ તો પ્રવાહી જેવી છે. જે વાસણમાં હોય તેના જેવો તેનો આકાર છે.

વાસ્તવમાં તે આખરે વરાળ છે. કોણ કેટલું સફળ તેનું માપ કઇ રીતે નીકળે? અમિતાભ બચ્ચનને સફળ કહીશું કે નિષ્ફળ? ઓલ ઇન્ડિયા રેડિયોમાં ટેસ્ટ આપવા ગયેલા અમિતાભ, સાત હિન્દુસ્તાની કે સૌદાગરના અમિતાભ નિષ્ફળ

ગણી શકાય, તો ઝંઝીર, શોલેના અમિતાભ સફળ.

દુનિયા સફળ કહેવાતા માણસોને બિરદાવે છે, આવકારે છે, પૂજે છે. નિષ્ફળ માણસની કિંમત સમાજમાં કોડીની હોય છે. પરંતુ આ બન્ને પરિસ્થિતિ વિશે ગંભીરતાથી કોઇ વિચારતું નથી. જ્ઞાનીઓ અનુભવીઓ તો કહે છે કે, સફળતાના શિખરે નિષ્ફળતાઓની કેડી ખૂંદીને જ જવું જોઇએ.

સફળતાનો ગેરફાયદો એ છે કે એકવાર સફળ થયા પછી માણસે સતત સફળ થવું પડે છે અને નિષ્ફળતાના અનેક ફાયદા પૈકી એક ફાયદો એ છે કે નિષ્ફળ રહેલા માણસને તેનો વિશેષ અનુભવ હોય છે.

વીજળીનો બલ્બ અને ટેપરેકોર્ડર જેવી મહાન શોધ કરનાર વૈજ્ઞાનિક થોમસ આલ્વા એડિસનને સેંકડો પ્રયાસો પછી બલ્બ શોધવામાં મળેલી સફળતા બાદ કોઇએ પૂછ્યું કે, આ પ્રયત્ન પણ સફળ ન થયો હોત તો તમે શું કરત? ૧૦૯૩ જેટલી પેટર્ન તો પોતાના નામે નોંધાવી શકનારા તે વૈજ્ઞાનિકનો જવાબ એવો હતો કે તો હું હજુ લેબોરેટરીમાં હોત. મેં જે પ્રયાસો કર્યા છે તે મારી નિષ્ફળતા નથી પરંતુ સંશોધનની અનેક પદ્ધતિઓ હતી જેમાંથી એક સાચી નીકળી.

થોમસના આ જવાબ પર આખી જિંદગીનો મદાર ન રખાય પરંતુ આ વિચારપ્રેરક તો છે જ. આમાં બોધ એ છે કે જો માણસની સફળતા ઉપયોગી અને લોકહિતકારી હશે તો તેની અનેક નિષ્ફળતાઓ તેની પાછળ ઢંકાઇ જશે પરંતુ આપણે તો આ બન્ને શબ્દોની પાર, બિયોન્ડ સક્સેસ એન્ડ ફેલ્યોર સ્થિતિની વાત કરવી છે.

આખી માણસજાત કેટલી દ્રઢ, જડ અને ક્યારેક તો અભેદ કહી શકાય તેવી માન્યતાઓ લઇને જીવે છે. સફળતા અને નિષ્ફળતા પણ આમાંની જ બે માન્યતાઓ છે. કોને સફળ અને કોને નિષ્ફળ કહેવા તેના માટે સરળ ઉપલબ્ધ પેરામીટર્સ છે પરંતુ તે કેટલે અંશે સાચા છે? સવાલ એ છે કે કોઇ ધનિક માણસને સફળ કહેવો કે, મહાન કલાકારને? કોઇ ક્રિકેટર સફળ ગણાય કે, શિક્ષક? જવાબ તરત મળશે કે, દરેક ક્ષેત્રને પોતપોતાના સફળ માણસો હોય.

આપણે જો એવું કહીએ કે, એક જ દિવસમાં ૨૦ ફિલ્મના ગીત રેકોર્ડ કરનાર કોઇ ફિલ્મ સંગીતકાર ગ્રેટ છે તો ચોક્કસપણે દલીલ થઇ શકે કે જ્યારે પ્લેબેક ટેક્નિક નહોતી રેકોર્ડિંગની સુવિધા નહોતી ત્યારે પણ ગીતો ગાઇને છવાઇ જનાર કે. એલ. સાયગલ સફળ, હેલમેટ કે થાઇપેડ પહેર્યા વગર માલ્કમ માર્શલના ગતિશીલ બોલને સ્કવેર કટથી બાઉન્ડ્રીની બહાર મોકલનાર ગાવસ્કર સફળ કે રાત્રે આંખમાં હજારો મેગાવોટથી સંચાલિત લાઇટો આવતી હોય ત્યારે પણ સિક્સ ફટકારનાર કોઇ ક્રિકેટર સફળ? સફળતા આમ જુઓ તો પ્રવાહી જેવી છે.

જે વાસણમાં હોય તેના જેવો તેનો આકાર છે. વાસ્તવમાં તે આખરે વરાળ છે. કોણ કેટલું સફળ તેનું માપ કઇ રીતે નીકળે? અમિતાભ બચ્ચનને સફળ કહીશું કે નિષ્ફળ? ઓલ ઇન્ડિયા રેડિયોમાં ટેસ્ટ આપવા ગયેલા અમિતાભ, સાત હિન્દુસ્તાની કે સૌદાગરના અમિતાભ નિષ્ફળ ગણી શકાય, તો ઝંઝીર, શોલેના અમિતાભ સફળ. જાદુગર કે તુફાનના અમિતાભ સદંતર નિષ્ફળ અને બાગબાનના અમિતાભ સુપરહિટ? અમિતાભને આ કક્ષાએ તેની સફળતાએ નહીં પરંતુ તેના કામે પહોંચાડ્યા છે. સાચી સફળતા એ છે કે આપણે જે ક્ષેત્રમાં હોઇએ તે ક્ષેત્રમાં કામ કરતા રહીએ.

દુનિયા સફળ કહેવાતા માણસોને બિરદાવે છે, આવકારે છે, પૂજે છે. નિષ્ફળ માણસની કિંમત સમાજમાં કોડીની હોય છે. પરંતુ આ બન્ને પરિસ્થિતિ વિશે ગંભીરતાથી કોઇ વિચારતું નથી.

જ્ઞાનીઓ - અનુભવીઓ તો કહે છે કે, સફળતાના શિખરે નિષ્ફળતાઓની કેડી ખૂંદીને જ જવું જોઇએ. સફળતાનો ગેરફાયદો એ છે કે એકવાર સફળ થયા પછી માણસે સતત સફળ થવું પડે છે અને નિષ્ફળતાના અનેક ફાયદા પૈકી એક ફાયદો એ છે કે

નિષ્ફળ રહેલા માણસને તેનો વિશેષ અનુભવ હોય છે. કોઇ માણસ રસ્તે જતો હોય, ખાડામાં પડે અને માંડ બહાર નીકળે પછી જ તે અન્ય રાહદારીઓને કહી શકે કે, જોજે અહીંયા ખાડો છે ધ્યાન રાખીને ચાલજે.

જે એન્ડ્રૂઝ નામના ચિંતક કહે છે કે લગનનો અર્થ એ છે કે ૧૯ વખત અસફળ થયા પછી પણ ૨૦મી વાર સફળ થવું. આ મુદ્દો આજે છેડવાનું કારણ એ છે કે બોર્ડ અને યુનિવર્સિટીની પરીક્ષાની મોસમ ચાલી રહી છે.

વિદ્યાર્થીઓ પરિણામની પ્રતીક્ષામાં છે. જેમને ધાર્યા માર્ક નથી મળતા અથવા તો કરિયર માટે જે જરૂરી છે તે પરિણામ નથી આવતું તે લોકો નિષ્ફળ તેવું માનીને વર્ષોથી જગત ચાલે છે અને તેથી જ કદાચ કોઇ માર્કશીટમાં ઓછા ટકા કે એટીકેટીની નોંધ આવે ત્યારે વિદ્યાર્થીઓ અને વાલીઓ માની લે છે કે લો, કહાની ખતમ હો ગઇ. આવું માનવું યોગ્ય છે?

કરિયર, સારું રિઝલ્ટ, સક્સેસ આ બધું આવશ્યક છે પરંતુ જીવનથી ઉપર બીજુ કશું એટલે કશું જ નથી. સાવ તળની વાત એ છે કે સફળતા અને નિષ્ફળતા પણ સ્વર્ગ અને નર્કની જેમ બે કલ્પના છે.

વાસ્તવમાં એ આપણી માનસિક અવસ્થા છે, એનો અર્થ એવો નથી કે, સફળ ન થવું પરંતુ કોઇ ચોક્કસ સિદ્ધિ કે સ્થિતિ મેળવી લેવી તે જ સફળતા એવું નથી. કન્ફ્યુસિયસ કહે છે કે, આપણી મહાન સફળતા ક્યારેય ન પડીએ તેમાં નથી પરંતુ પડ્યા પછી ફરી ફરીને ઉભા થવામાં છે.

માણસ જ્યાં સુધી પડે નહીં ત્યાં સુધી તેને આગળ વધવાના જુસ્સાનો પરિચય થતો નથી. જો એકેડેમિક કરિયરની જ વાત કરીએ તો દસમા, બારમામાં ઓછ માર્ક હોય તેવા દીકરા દીકરીઓને ઠપકો આપતા પહેલા આ કેટલીક વાતો જાણી લેવી જોઇએ. ડિગ્રીઓને સામાન્ય બુદ્ધિ આંક સાથે નિસ્બત નથી, બિલ ગેટ્સ હોય કે ધીરુભાઇ અંબાણી તેમણે કોઇ ડિગ્રીઓ લીધા વગર અનેક ડિગ્રી હોલ્ડર્સને નોકરી આપી છે.

ડિગ્રી કે ભણતર કોમનસેન્સ માટેનો અવરોધ નથી પરંતુ ડિગ્રી ન હોય તો પણ કોમનસેન્સ તો હોય જ. જો કોઇ એમ કહે કે, ભણીએ તો વધુ કમાવાની તક રહે .

ચાલીસ બિલિયન યુએસ ડોલરની સંપત્તિ ધરાવતા બિલ ગેટ્સ ૨૬ બિલિયનની મિલકતોના માલિક શેલ્ડન એડેલ્સન, ચોવીસ બિલિયનના માલિક એમેન્શ્યો ઓટેગા એવી હસ્તીઓ છે જેમણે કોલેજનું ભણતર પણ અધવચ્ચેથી છોડી દીધું હતું અને ઝી ટીવીના સ્થાપક સુભાષચંદ્ર ગોયલે ૧૨મું ધોરણ પાસ કર્યું નથી.એક માણસ હતો,

તે તેના જિંદગીમાં ખૂબ દુ:ખી હતો. નોકરી પણ સારી ન હતી, પરિવારનું ભરણપોષણ કરવા માટે નોકરી પણ તે મજબૂરીમાં કરતો હતો, આ સિવાય પોતાની પાસે બચત ન હોવાને કારણે કાયમ દુ:ખી દુ:ખી રહેતો. અને મહિનાના અંતે જે પગાર આવતો તે બધો ઘર ખર્ચમાં જ વપરાઈ જતો, અને પોતાના કોઇ શોખ પૂરા કરી શકતો નહીં.

આખરે થોડા સમય પછી એને થોડી બચત કરી અને થોડા રૂપિયા ભેગા કર્યા પરંતુ તે નવો ધંધો ચાલુ કરવા માટે બહુ ડરતો હતો. કે જો તે નવો ધંધો ચાલુ કરશે અને એમાં નિષ્ફળ જશે તો, ફરી પાછું આટલી બચત કરવા માટે કેટલા વર્ષો વીતી જશે. અને ત્યાં સુધી પરિવારનું ભરણપોષણ કોણ કરશે વગેરે જેવા સવાલો એને સતાવતા હતા.

એક દિવસની વાત છે આ માણસ પોતાની નોકરી કરવા માટેની જગ્યા પર જઈ રહ્યો હતો, ત્યારે એને રસ્તામાં વચ્ચે એક હાથી ને જોયો. આટલો કદાવર હાથી એણે એની જિંદગીમાં ક્યારેય જોયો નહોતો, આથી થોડીવાર માટે તે ત્યાં જોવા માટે ઊભો રહી ગયો.

થોડીવાર પછી એનું ધ્યાન પડ્યું કે હાથીના પગ માં એક સામાન્ય દોરી બાંધેલી હતી, અને પાછળ એક માણસ આ દોરી પકડીને જઈ રહ્યો હતો. એ એને જોઇને એવું લાગી રહ્યું હતું કે તે માણસે હાથી ને ટ્રેન કર્યો હશે.

પરંતુ એના મનમાં એક વિચાર સ્ફૂર્યો કે હાથી કદાવર પ્રાણી છે અને તે ઇચ્છે તો માણસને પણ ઉડાડીને ક્યાંના ક્યાં ફેંકી દે પરંતુ આ નાનકડી એવી દોરી હાથી

કેમ તોડી નથી દેતો? એને ઘણું વિચાર્યું પણ સમજાયું નહિ એટલે તે પેલા ભાઈ પાસે ગયો અને પૂછ્યું કે હાથીને આટલી નાનકડી દોરી બાંધી છે છતાં તે તોડી ને કેમ નથી જઈ રહ્યો?

ત્યારે પેલા માણસે જવાબ આપ્યો કે હાથી જ્યારે ઉંમરમાં નાનો હોય ત્યારે તેના પગમાં આવી દોરી બાંધવામાં આવે છે. તે ઘણી વખત એ દોરી ને તોડી ને ભાગવાની કોશિશ કરે છે, પરંતુ થોડી મજબૂત દોરી બાંધી દઈએ એટલે તે તોડી શકતો નથી. અને પછી તે તેના મનમાં એમ જ માની લે છે કે મારાથી આ દોરી તૂટી શકે તેમ નથી. આથી હું ક્યાંય ભાગી નહી શકું.

આટલું સાંભળીને પેલા માણસના મનમાં ચમકારો થાય છે કે માણસો સાથે પણ હાથી જેવું જ થાય છે. કારણ કે માણસને પણ નાનપણથી જ અમુક વસ્તુઓ અને અમુક માન્યતાઓના બોજ પર ધકેલી દેવામાં આવે છે, કે માણસ આ ન કરી શકે. માણસે આ ન કરવું જોઈએ.

પરંતુ જરૂર છે ખાલી માન્યતા તોડવાની, માણસ ધારે તો કશું પણ અશક્ય નથી. અને આપણે એક પ્રયત્ન કર્યા પછી કોઈપણ કામ કરવાનું છોડી દઈએ એ કેટલી હદે વ્યાજબી છે તે આપણે જ વિચારવું પડશે. કારણકે જો આપણે પાછો બીજી વખત પ્રયત્ન નહીં કરીએ તો હાથીની જેમ સીમિત દુનિયામાં જ જીવવું પડશે.

જો આપણે માન્યતા છોડીએ, અને માન્યે કે નિષ્ફળતા એ સફળતા નો જ એક ભાગ છે. તો જીંદગીમાં આપણને સફળ થતા કોઇ રોકી નહીં શકે, ઇંગ્લીશમાં પણ કહેવાય છે કે નેવર ગિવ અપ, એટલે કે કોઈ દિવસ મુશ્કેલીઓથી ભાગવું નહીં, મુશ્કેલીઓ નો સામનો કરવો જોઈએ. સફળતા એક દિવસમાં નથી મલતી પણ કોશિશ કરશો તો એક દિવસ જરૂર મળશે!

ફરીથી મુદ્દો એ જ આવે છે કે ડિગ્રી મળે તો ખોટું નથી પરંતુ ન મળે તો કંઇ જ નથી મળ્યું તેવું નથી. જીવનને નાની મોટી સફળતા, નિષ્ફળતાના ખ્યાલોમાં બાંધવાની જરૂર નથી. યુવાન અધ્યાત્મ ગુરુ ટી. ટી. રંગરાજન તેના એક ચિંતનશીલ પુસ્તક 'અનપોસ્ટેડ લેટર'માં કહે છે કે, કોઇપણ હંમેશા સફળ નથી હોતું કે કોઇ આજીવન અસફળ નથી.

સફળતા વિલંબિત નિષ્ફળતા છે અને અસફળતા વિલંબિત સફળતા છે. નિષ્ફળતા આખરી નથી, સફળતા સ્થાયી નથી. આજની સફળતા કે નિષ્ફળતા જીવનની મોટી યાત્રાના એક પછી એક ઉઠાવવામાં આવેલું પગલું છે. જીવન એક રમત છે, તેમાં જીતવાનો એકમાત્ર માર્ગ છે સતત રમતા રહેવું.

આજની આ હરીફાઈની દુનિયામાં સફળતા મેળવવા અને વધુ સુખ અને સંપત્તિ પાછળ બધા ઘેલા થયા છે. વધારે પડતી હરીફાઈને કારણે લોકો ટુંકા

રસ્તે ઓછા સમયમાં સફળ થવાના સપનાઓ જુએ છે. એની લ્હાયમાં ઘણા લોકો છેતરપિંડીનો ભોગ પણ બને છે. તમે એકના ડબલવાળી વાત તો સાંભળી જ હશે.

સફળતા મેળવવા માટે સંઘર્ષ તો કરવો જ પડશે. એના માટે તન અને મનથી લાગી જવું પડશે. ઘણી બધી નિષ્ફળતાઓ અને એ નિષ્ફળતાના અનુભવોમાંથી જ નવું શીખીને આપણે પણ સફળતાના શિખરો સર કરી શકીએ છીએ.

કવિએ આપેલ પંક્તિમાં એ જ વાત કરી છે કે, સફળતા એ નિષ્ફળતાઓમાંથી મેળવેલા અનુભવ દ્વારા જ પ્રાપ્ત કરી શકાય છે. એના માટે બની શકે કે આપણને આપણા કોઈ નિર્ધારિત કરેલ લક્ષ્ય સુધી પહોંચવા માટે ઘણી બધી વાર અસફળતા મળે પણ ખરી. તો એ અસફળતાને કારણે નાસીપાસ થવાને બદલે ફરીથી એ લક્ષ્ય તરફ આગળ વધવું જોઈએ.

આપણને આપણા દરેક કાર્યમાં સફળતા મળે એવું જરૂરી નથી. આપણે ઘણી બધી મહેનત અને પ્રયત્નો કરીએ પણ નિષ્ફળતા મળે તો એનાથી નિરાશ થવાને બદલે જે અનુભવ મળે છે એની કિંમત કરતા શીખવાનું છે.

આપણા જીવનમાં જો કોઈ સાચો ગુરુ હોય તો એ આપણે જીવનના વિવિધ પડાવમાં અને વિવિધ પરિસ્થિતિમાં મેળવેલા અનુભવ છે. આ અનુભવ જ આપણને વધારે ને વધારે પ્રયત્નશીલ બનાવે છે અને વધુને વધુ આગળ વધવા તરફ પ્રેરે છે. કોઈ ખેડૂત હોય કે કવિ, કલાકાર હોય કે વેપારી, વૈજ્ઞાનિક હોય કે પછી વિદ્યાથી સૌ કોઈને જીવનમાં ક્યારેક તો નિષ્ફળતા મળી જ હોય છે અને એના દ્વારા જ સૌ આગળ વધતા હોય છે.

બજાર નિષ્ફળતા એ આર્થિક પરિસ્થિતિનો ઉલ્લેખ કરે છે જ્યાં મુક્ત બજારમાં માલ અને સેવાઓનું અપૂરતું વિતરણ થયું હોય. સરળ શબ્દોમાં કહીએ તો, બજારની નિષ્ફળતા એ એવી પરિસ્થિતિનો ઉલ્લેખ કરે છે જ્યાં વ્યક્તિઓ પોતાના માટે નિર્ણયો લે છે, પરંતુ કોઈક રીતે તે જૂથ માટે ખોટા નિર્ણયો સાબિત થાય છે. સૂક્ષ્મ અર્થશાસ્ત્રમાં, આને એક સ્થિર-સ્થિતિ સંતુલન તરીકે દર્શાવી શકાય છે.

જ્યાં પૂરા પાડવામાં આવેલ જથ્થો માંગેલા જથ્થાની બરાબર નથી. બજારની નિષ્ફળતાનો ખ્યાલ એટલો સરળ નથી જેટલો તે લાગે છે. બજારમાં નિષ્ફળતા ત્યારે થાય છે જ્યારે જૂથની વ્યક્તિઓ ખરાબ જગ્યાએ સમાપ્ત થાય છે. આ એટલા માટે થઈ શકે છે કારણ કે જૂથો ઘણા બધા ખર્ચને પ્રોત્સાહિત કરી શકે છે અથવા ઘણા લાભો પણ પ્રાપ્ત કરી શકે છે.

બજાર નિષ્ફળતા આર્થિક રીતે કાર્યક્ષમ નથી અને તેનાથી અલગ હોઈ શકે છેઅર્થશાસ્ત્રી શ્રેષ્ઠ ગણે છે. જો કે, નોંધ કરો કે બજારની નિષ્ફળતાઓ બજારની અપૂર્ણતાનું વર્ણન કરતી નથીઅર્થતંત્ર. બજારમાં દરેક ખરાબ પરિસ્થિતિ એ બજારની નિષ્ફળતા નથી બજારની નિષ્ફળતાના ઉદાહરણોમાં બાહ્યતા, એકાધિકાર, માહિતી અસમપ્રમાણતા અનેપરિબળ સ્થિરતા બજારની નિષ્ફળતાનું બીજું સરળ ઉદાહરણ જાહેર માલની સમસ્યા છે.

બજાર નિષ્ફળતાના પ્રકારો બજારની નિષ્ફળતાના કારણો અથવા પ્રકારોમાં એકાધિકાર, બાહ્યતા, માહિતીની અસમપ્રમાણતા વગેરેનો સમાવેશ થાય છે.

બજારની નિષ્ફળતાના વિવિધ પ્રકારો નીચે દર્શાવેલ છે: હકારાત્મક બાહ્યતા હકારાત્મક બાહ્યતા એ માલ અને સેવાઓનો સંદર્ભ આપે છે જે તૃતીય પક્ષને લાભ આપે છે. નકારાત્મક બાહ્યતા નકારાત્મક બાહ્યતા એ માલ અને સેવાઓનો સંદર્ભ આપે છે જે તૃતીય પક્ષ પર ખર્ચ લાદે છે. જાહેર માલ સાર્વજનિક માલ એ એવા માલનો સંદર્ભ આપે છે જે બિન-બાકાત છે. જાહેર માલ ઘણીવાર મુક્ત બજારમાં મળતો નથી.

એકાધિકાર શક્તિ એકાધિકાર શક્તિ એ છે જ્યારે પેઢીકંપની બજારને નિયંત્રિત કરે છે અને તેની પોતાની સમજદારી અનુસાર કિંમતો સેટ કરી શકે છે. મેરિટ માલ મેરિટ માલ તે માલ છે જને લોકો સામાન્ય રીતે તેના દ્વારા આપવામાં આવતા લાભોના સંદર્ભમાં ઓછો અંદાજ આપે છે. ઉદાહરણ તરીકે, શિક્ષણ. મેરિટ માલ પણ હકારાત્મક બાહ્યતા પ્રદાન કરે છે. ડીમેરિટ માલ ડિમેરીટ માલ તે માલ છે જને લોકો ઓછા આંકે છે જ્યારે તે સારાની કિંમતની વાત આવે છે. ઉદાહરણ તરીકે, ધૂમ્રપાન. માલસામાનમાં નકારાત્મક બાહ્યતા પણ હોય છે..

ધીરજ, ખંત, સહનશીલતા, આશા, ઉત્સાહ, એકાગ્રતા અને સાહસ દ્વારા આપણે નિષ્ફળતાઓનો સામનો આસાનીથી કરી શકીએ છીએ અને એ નિષ્ફળતાને આપણી આવનારી સફળતાનો માર્ગ બનાવી શકીએ છીએ. નાનું બાળક જ્યારે ચાલતા શીખે છે ત્યારે વારંવાર પડી જાય છે. ઘણીવાર કોઈ ઈજા પણ થાય છે.

શબ્દો 'સફળતા' અને 'નિષ્ફળતા' વ્યાખ્યાયિત કરી શકાય છે ઘણા માગો છે આ વિસ્તારો તમારી કારકિર્દી અથવા તમારા શિક્ષણથી સંબંધિત હોઈ શકે છે.

તે તમારા કુટુંબ, તમારા ખાસ વ્યક્તિ અથવા તમારા મિત્રો સાથેના સંબંધ વિશે પણ હોઈ શકે છે. સફળતા અને નિષ્ફળતા પણ ભગવાન અથવા ધર્મ તરફના માર્ગ શોધવા અને સ્વ-વિકાસ તરફના તમારા માર્ગ અને સ્વ-સંપૂર્ણતા પ્રત્યેની તમારી ભવ્ય સફર પર પણ શોધી શકાય છે.

તે નાણાં વિશે હોઈ શકે છે સફળતા અને નિષ્ફળતા ખરેખર કેવી રીતે એક વ્યક્તિ ભૂતકાળ, વર્તમાન, અને ભાવિ હોઈ જવું છે ની મર્યાદા બહાર જઈ શકે છે. આ બે શબ્દો આંતર સંબંધી છે.

તેઓ એકબીજા સાથે જોડાયેલા છે. અસફળતાઓની શ્રેણીમાંથી પસાર થયા વગર સફળતા ક્યારેય થઇ શકે નહીં. જ્યારે પણ તમે સફળ થાઓ છો ત્યારે પણ તમને ફરીથી નિષ્ફળ થવું જોખમ વધારે છે. સફળતા અને નિષ્ફળતાના સંબંધ ખરેખર મોટી ચક જેવા છે - તમે જાઓ છો અને પછી તમે નીચે જાઓ છો. પરંતુ એક વસ્તુ ચોક્કસ છે, સફળતા અને નિષ્ફળતા જીવનમાં સૌથી મોટી વિરોધાભાસ છે.

નિષ્ફળતા શા માટે સફળતા માટે આવશ્યક છે, અને તમારી સફળતા નિષ્ફળતાની પાસેથી શું શીખી શકે છે? અહીં બે શબ્દોની ભિન્નતા છે જે તેમને જીવનમાં આવા મહાન વિરોધાભાસ બનાવે છે.

'નિષ્ફળતા' એનો અભાવ અર્થ છે સફળતા. આ શબ્દ વિશેષતાઓમાં શબ્દોના તમામ નકારાત્મક અને હૃદય તોડનારા અર્થોનું પર્યાય છે. તમે ધારી શકો છો કે તમારી નિષ્ફળતા તમને કેટલો તીવ્ર લાગે છે.

નિષ્ફળતા એ હરિકેન કેટરીના અથવા મહાન એશિયન સુનામી જેવી ઘાતક છે કારણ કે તેનાથી જીવનમાં પુષ્કળ પ્રમાણમાં દાવો કરવામાં આવ્યો છે. ઉપર ઉલ્લેખિત કોઈપણ વિસ્તારોમાં નિષ્ફળતાને લીધે, ઘણા લોકો શરમથી ભરાયેલા બીજા દિવસને બદલે મૃત્યુને પરિણામે મૃત્યુ પામવા માટે પ્રતિબદ્ધ છે.

જો કે, આ લોકો તેમના અલ્પજીવી જીવનમાં સ્વીકાર્યું નિષ્ફળ ગયા છે કે કોઈ વ્યક્તિ સફળતા મેળવે તે પહેલાં નિષ્ફળતા આવશ્યક ઘટક છે અથવા કોઈ વ્યક્તિ તેના તેણીના ધ્યેયો સિદ્ધ કરી શકે તે પહેલાં. ક્રિસ્ટીના એગ્વિલેરાના ગીતને વધુ સારી રીતે કહી શકાય તેમ ન હતું: 'તે મને વધુ મજબૂત બનાવે છે, મને થોડુંક કઠણ કામ કરે છે, તે મને વધારે બુદ્ધિશાળી બનાવે છે' • મને ફાઇટર બનાવવા બદલ આભાર. 'નિષ્ફળતા વગરની સફળતા સફળ નથી હોતી. રસ્તામાં નિષ્ફળતા વિનાના ચપટી અથવા બે નિષ્ફળતા વિના જીવન મીઠું નહીં હોય. તમે જાણો છો, તમે શું ન મારે તે તમને મજબૂત બનાવશે. તે સાચું છે. અને જીવનમાં નિષ્ફળતા તમને તે કરશે.

વ્યાખ્યા દ્વારા સફળતા અર્થપૂર્ણ પરિણામ છે. તે જીવનમાં વિજયી તબક્કા છે આ શબ્દ સફળતા વિશેષણ યાદીમાં મળેલા તમામ હકારાત્મક શબ્દો સાથે સમાનાર્થી છે. તે બધી સુખી વસ્તુઓનું પ્રતિનિધિત્વ કરે છે.

જે એક ક્યારેય વિશે સ્વપ્ન શકે છે. તે નિષ્ફળતાની સંપૂર્ણ વિપરીત છે જો કે, નિષ્ફળતા વિના, સફળતા ક્યારેય પ્રાપ્ત કરી શકાતી નથી. તે હકીકત છે પૃથ્વી

પર કોઈ માણસ ક્યારેય પસાર થયા વિના નિષ્ફળતાના જંગલી ઝાડમાંથી સફળતા મેળવી શક્યો નથી.

બીજા શબ્દોમાં કહીએ તો, જો તમે પહેલાં તમારા જીવનમાં સફળ થયા છો, પછી અભિનંદન! તેનો અર્થ એ થાય કે તમારી પાસે ઇચ્છા સફળ છે. અને જ્યારે તમે સફળતાના શિખર સુધી પહોંચ્યો છો, ત્યારે તમે ક્યારેય શીખશો નહીં કારણ કે ભૂતકાળની તમારી નિષ્ફળતાએ તમને શીખવાનું બંધ કર્યું નથી.

સફળતા એ માર્ગનો અંત નથી, છતાં. અગાઉ સૂચવ્યા મુજબ નિષ્ફળતા અને સફળતા એક મહાન વ્હીલ જેવી છે. તે એક ચક્ર છે જેનો તમારે વ્યવહાર કરવો પડે છે. હકીકતમાં, સફળ થવામાં વધુ પડકારો ઉભા થયા છે, અને તેમાંના કેટલાકમાં તમે ચોક્કસ નિષ્ફળ થશો.

પરંતુ તે જીવંત હોવાની સુંદરતા છે તમને આ વસ્તુઓ ઉપર અને ફરીથી મજબૂત બનવા માટે, સખત કામ કરવા, વધુ બુદ્ધિશાળી બનવા અને ફાઇટર બનવા માટે અનુભવવાનો છે.સફળતા અને નિષ્ફળતા જીવનમાં સૌથી મોટો વિરોધાભાસ છે.નિષ્ફળતા એ સફળતાનો અભાવ છે, જ્યારે સફળતા એ અનુકૂળ પરિણામ છે.

બે શબ્દો મોટા ચક્ર જેવા છે ઘણીવાર તમે સફળતા સાથે ઉઠો છો અને તમે નિષ્ફળતા સાથે નીચે છો એક વસ્તુ ચોક્કસ છે, છતાં; તે ચોક્કસપણે તમને એક દિવસ પહેલા કરતાં વધુ સારી વ્યક્તિ બનાવશે.

છતાં વારંવાર પ્રયત્નશીલ નાનું બાળક એક દિવસ ચાલતા શીખે છે. કોઈ વૈજ્ઞાનિક શોધ કાંઈ એક પ્રયત્નમાં નથી થતી, હજારો વખતની નિષ્ફળતા પછી જ એમાં સફળતા મળે છે.

વીજળીના બલ્બની વાત કરીએ તો એના શોધક થોમસ અલ્વા એડિસન અને એમની ટીમ એક બે પ્રયત્ન નહી પરંતુ હજારો પ્રયત્નોની નિષ્ફળતા પછી વીજળીના ગોળાની શોધ કરી શકી હતી. નિષ્ફળતા આપણને સફળતાના માર્ગ તરફ લઈ જાય છે. કારણ કે નિષ્ફળતા એ કાયમી નથી. વધુ ને વધુ મહેનત અને પ્રયત્નો આપણને જરૂર સફળ બનાવે છે. એટલે જ કહેવાયું છે, નિષ્ફળતા એ જ સફળતાની ચાવી છે ,Failure is half success.

સંદર્ભ :વિવિધ લેખકો ના લેખ ,બ્લોગ , વેબસાઈટ , વિકિપીડિયા , ગુજ વિશ્વકોશ અને વિવિધ અખબારી અહેવાલો

www.ingramcontent.com/pod-product-compliance
Lightning Source LLC
Chambersburg PA
CBHW021158130726
47988CB00004B/1673